D1093964

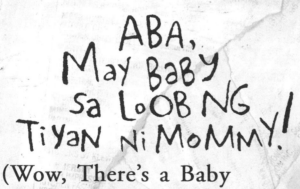

ABA, May BABY sa LooB NG TiYAN Ni MoMMY!

(Wow, There's a Baby in Mommy's Tummy!)

Kuwento ni/Story by:
LUIS P. GATMAITAN, M.D.

Guhit ni/Illustrations by:
PEPPER ROXAS

HIYAS
Children's
Collection

Alay sa aking pamangkin,
Dedicated to my niece,

Tricia Nicole

Mga Kuwento ni Tito Dok 3
Aba, May Baby sa Loob ng Tiyan ni Mommy!
Karapatang-ari © 2001 ni Luis P. Gatmaitan, M.D.

Inilathala (2001) ng OMF Literature Inc.
para sa Hiyas Children's Collection

Ang Hiyas Children's Collection ay tatak ng
OMF Literature Inc.
776 Boni Avenue
Mandaluyong City, Metro Manila
Tels. 532-2132 · 747-9598 (Publications) · 531-0141-42 · 747-9601 (Sales)
www.OMFLit.com

Guhit ni Pepper Roxas

Reserbado ang lahat ng karapatan pati ang mga karapatan sa reproduksyon
at paggamit sa anumang anyo.

Muling inilimbag — 2002 (dalawang beses)

ISBN 971-511-659-0

Inilimbag sa Pilipinas

The Stories of Tito Dok 3
Wow, There's a Baby in Mommy's Tummy!
Copyright © 2001 by Luis P. Gatmaitan, M.D.

Published (2001) by OMF Literature Inc.
for Hiyas Children's Collection

Hiyas Children's Collection is an imprint of
OMF Literature Inc.
776 Boni Avenue
Mandaluyong City, Metro Manila
Tels. 532-2132 · 747-9598 (Publications) · 531-0141-42 · 747-9601 (Sales)
www.OMFLit.com

Illustrations by Pepper Roxas

This book may not be reproduced in whole or in part, in any form,
without written permission from the publisher.

Reprinted — 2002 (twice)

ISBN 971-511-659-0

Printed in the Philippines

Mga bata, nagtataka ba kayo kung bakit malaki ang tiyan ng inyong Mommy kapag siya ay buntis? Tama, may baby sa loob ng tiyan ni Mommy! Gusto ba ninyong malaman kung paano lumalaki ang baby sa loob ng tiyan ng inyong Mommy? Paano kaya kumakain ang baby? Ano kaya ang hitsura ng loob ng tiyan ni Mommy? Paano kaya nagiging babae o lalaki ang baby? Tayo nang magbasa at alamin natin ang nagaganap sa loob ng tiyan ni Mommy.

Kids, have you ever wondered why your Mommy's tummy gets bigger and bigger while she is pregnant? You're right, there's a baby in Mommy's tummy! Do you want to know how the baby grows in Mommy's tummy? How does the baby eat? What does the inside of Mommy's tummy look like? How does a baby become a boy or a girl? Read on and let's take a look inside Mommy's big tummy.

"Talaga po, Daddy, magkakaroon na ako ng kapatid?" Tumakbo ako kay Mommy na noo'y gumagawa ng cross-stitch. Dahan-dahan kong hinawakan ang tiyan ni Mommy. Para ngang mas malaki ito kaysa dati.

"Nandito po ba ang bago kong kapatid?"

"Oo, anak, nandito siya sa loob ng aking tiyan," sagot ni Mommy.

"Is it true that we're going to have a new baby, Daddy?" I ran towards Mommy who was busy doing her cross-stitch. Carefully I touched her big tummy.

"Does the new baby live here?"

"Yes dear, it's inside my tummy," answered Mommy.

"Hindi kaya nakalulon lang ng bola o kaya'y malaking pakwan ang Mommy mo?" sabi ni Daddy.

Dinilaan ko si Daddy. Siyempre, alam kong hindi pakwan ang laman ng tiyan ni Mommy. Alam kong baby. Kamukha ko kaya ang baby?

"Maybe your Mommy has swallowed a ball or a big watermelon!" teased Daddy.
I looked at Daddy and made a face. Of course it couldn't be a ball or watermelon inside Mommy's tummy. I knew it's a baby.
Does the baby look like me?

Loob Ng Tiyan Ni Mommy

Mula noon, marami nang ginagawang kakaiba si Mommy. Dati-rati kasi, hindi naman siya mahilig makinig sa aming karaoke. Pero ngayon, halos buong araw ang pagtugtog ng aming cassette. Habang nakikinig si Mommy ng magagandang kanta, umiindak-indak siya at hinihimas-himas pa ang kanyang malaking tiyan. Maya-maya ay ngingiti. Magsasalitang mag-isa na parang may kinakausap.

Since then, I noticed that Mommy was acting strangely. I was sure she wasn't fond of listening to music. But why was she spending the whole day playing our karaoke? While listening, she would dance and caress her big tummy. Then she would smile. She would talk by herself as if she was talking with someone.

Isang araw, sinilip ko si Mommy nang pumasok siya sa kuwarto para magpahinga. Sinundan ko siya nang hindi niya nalalaman. Nagtago ako sa likod ng pinto.

"Arimunding-munding, arimunding. Kumusta na ang baby ko ngayong araw na ito?"

Aba, yun yatang baby sa kanyang tiyan ang kinakausap ni Mommy!

Maya-maya, eto na at lumalapit sa akin si Mommy.

"O Jenny, bakit nagtatago ka riyan? Halika rito at kausapin natin ang iyong kapatid."

"Ha? Kakausapin natin ang baby sa loob ng inyong tiyan?"

"Oo, anak, dahil mabuti 'yon para lumaking matalino ang bata. At saka, kunin mo 'yung isang libro mo at kuwentuhan natin siya."

"Mommy, gano'n po ba 'yon? Naririnig po ba ng baby sa tiyan ang sinasabi natin?"

"Oo, Jenny. Kaya dapat ay palagi natin siyang kinakausap, kinukuwentuhan, at kinakantahan."

"A, gano'n po ba?"

Paano kaya ako nagkasya sa tiyan n Mommy noon?

When I couldn't help it any-
more, I followed Mommy to her
room secretly. I hid behind the
door and peered through it.

"*Arimunding-munding,
arimunding.* How's my baby
doing today?"

Oh my, is Mommy talking to
the baby inside her tummy? I
wondered. I didn't notice
Mommy walking towards me.

"Jenny, why are you hiding
behind the door? Come here
and let's talk to our baby."

"What? We're going to talk to
the baby inside your tummy?"

"Yes, dear. So that he'll grow
up to be a brilliant kid. And will
you please get one of your books
and we'll tell him a story."

"Really, Mommy? Can the
baby really hear what we're
saying to him?"

"Yes, Jenny. That's why we
need to talk to him, sing to him,
and tell him stories."

I wonder how I was able to fit
in Mommy's tummy.

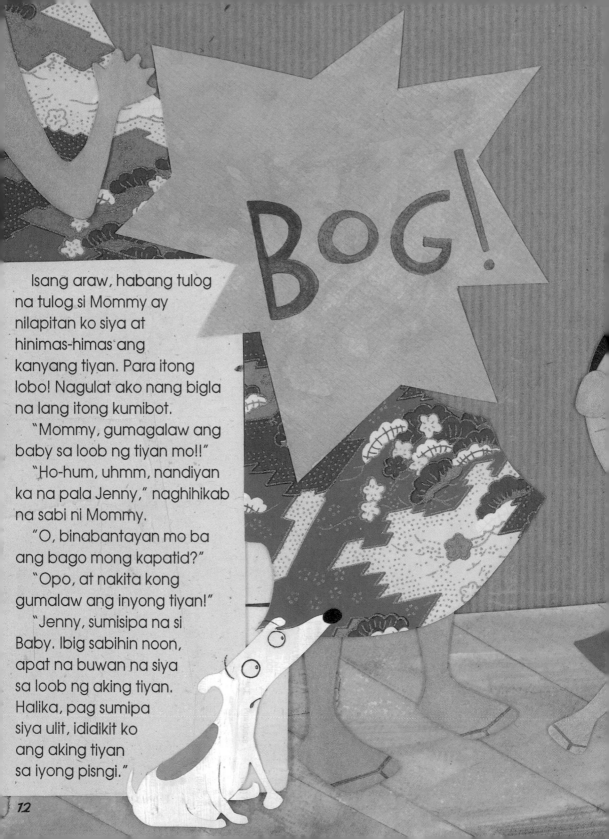

BOG!

Isang araw, habang tulog na tulog si Mommy ay nilapitan ko siya at hinimas-himas ang kanyang tiyan. Para itong lobo! Nagulat ako nang bigla na lang itong kumibot.

"Mommy, gumagalaw ang baby sa loob ng tiyan mo!!"

"Ho-hum, uhmm, nandiyan ka na pala Jenny," naghihikab na sabi ni Mommy.

"O, binabantayan mo ba ang bago mong kapatid?"

"Opo, at nakita kong gumalaw ang inyong tiyan!"

"Jenny, sumisipa na si Baby. Ibig sabihin noon, apat na buwan na siya sa loob ng aking tiyan. Halika, pag sumipa siya ulit, ididikit ko ang aking tiyan sa iyong pisngi."

One day, while Mommy was sleeping on the sofa, I sat beside her and caressed her tummy. But I quickly took my hand away when I felt something move.

"Mommy, the baby inside your tummy is moving! Wow!"

"Ho-hum, uhmm, oh it's you, Jenny," Mommy said, yawning. "Are you watching over our baby?"

"Yes, and I saw your tummy moving."

"Oh, Jenny dear, it's the baby kicking. It means that he's already four months old inside my tummy. Come nearer, lean your cheek against my tummy to feel the baby move again."

Araw-araw mula noon, inaabangan ko ang mga pagsipa't paggalaw ng baby. Pagkatapos ng aking assignment, tatabi na ako kay Mommy at yayakapin ang kanyang tiyan. Ano na kaya ang bagong nangyayari sa baby sa loob ng tiyan? May kamay na kaya ito na panghawak ng bola? May paa na kaya na puwedeng suotan ng tsinelas? May buhok na puwedeng suklayin? May dimpols din kaya ito? "Buo na siguro ang mga daliri sa kamay at paa ng aming baby," minsa'y sabi ko sa aking kalarong si Jojo. Sabik na sabik na akong makita ang kapatid ko!

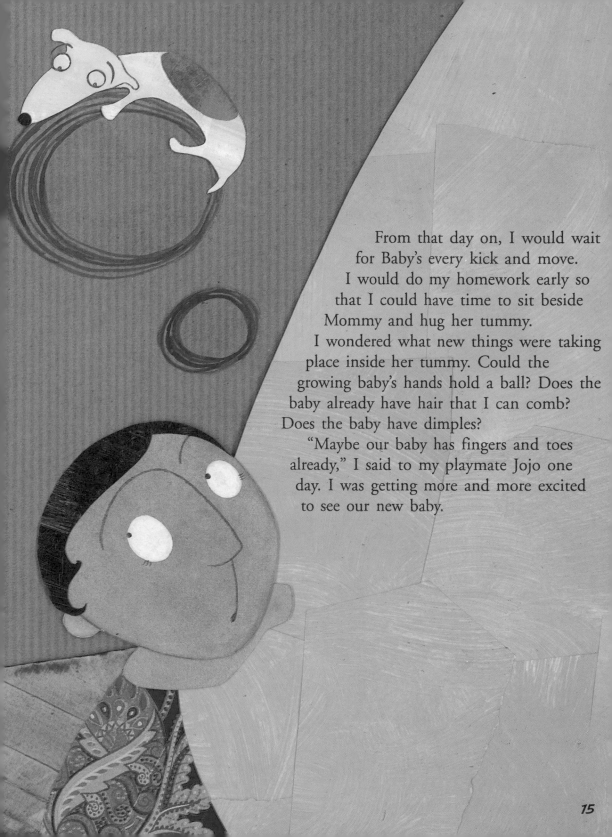

From that day on, I would wait
for Baby's every kick and move.
I would do my homework early so
that I could have time to sit beside
Mommy and hug her tummy.
I wondered what new things were taking
place inside her tummy. Could the
growing baby's hands hold a ball? Does the
baby already have hair that I can comb?
Does the baby have dimples?
"Maybe our baby has fingers and toes
already," I said to my playmate Jojo one
day. I was getting more and more excited
to see our new baby.

Isang araw, pumunta kami ni Mommy sa kanyang doktora. Pinarinig sa akin ng doktora ang tunog sa loob ng tiyan ni Mommy.

"Ano pong tunog 'yun? *Tugudug, tugudug, tugudug!* Parang nagkakarerang mga kabayo!"

"Jenny, ang naririnig mo ay tibok ng puso ni Baby. Mas mabilis tumibok ang puso ng baby sa loob ng sinapupunan," ang sagot ni Doktora.

"Sina-pu- -? Ano nga po 'yon?"

"Sinapupunan. Ito yung eksaktong lugar sa loob ng tiyan ng Mommy mo kung saan nakatira ang baby. Para itong sisidlang basket, at doon nakahiga si Baby."

"Wow, ang galing! Lalabas na po ba ang baby?"

"Hindi pa, Jenny. Alam mo kasi, siyam na buwang nakatira ang baby sa loob ng tiyan bago siya ipanganak. Kung limang buwan nang buntis si Mommy mo, ilang buwan pa ang hihintayin mo? Sige nga, 9–5 *equals* . . ."

"9 – 5 = 4. Apat na buwan pa po?"

"Tama!"

"Ay marami pang tulog 'yon, a!"

One day, when Mommy and I went to her doctor, we listened to the sounds inside her tummy.

"What's that sound, Doctor? *Tugudug, tugudug, tugudug!* It's like the galloping of horses."

"Jenny, what you're hearing is the baby's heartbeat. It beats faster while the baby is still inside the womb," said the doctor.

"Wuuumb? What is it again?"

"It's pronounced "woom." The womb is a place in your Mommy's tummy where the baby lives. It's like a basket where the baby is lying down.

"Ohh, err . . . is the baby coming out soon?"

"No, not yet, Jenny. The baby would live inside your Mommy's womb for nine months before it is born. Now, Jenny, if your Mommy is already five months pregnant, how many months are we going to wait? That would be nine take away five leaves . . ."

"9 – 5 = 4. Four months more?"

"That's right!"

"Oh, that's quite a long time to wait!"

Minsan niyapos ko si Mommy at naramdaman ko ang mga galaw ni Baby.

Kaya itinanong ko kay Mommy, "Ano po ba ang hitsura ng tinitirhan ni Baby? Katulad din ba ito ng bahay natin?"

Sabi ni Mommy, nakalutang daw si Baby sa tubig sa loob ng tiyan. Bakit kaya nakalutang? Para kayang *swimming pool* ang loob ng tiyan ni Mommy? O parang ilog na puwedeng pamingwitan ng mga isda, pusit, at hipon? Di kaya parang *aquarium* na may lamang *goldfish*?

"Isipin mo ang *balut*, anak. Hindi ba't gustong-gusto n'yo ni Daddy na sipsipin ang sabaw ng *balut*? Sa ganoong tubig nakalutang si Baby. Kaya lang, sa halip na sisiw, baby ang laman ng aking tiyan. At sa halip na nasa *shell* ng itlog, nasa loob ng aking sinapupunan si Baby," paliwanag ni Mommy.

Once when I put my hand on Mommy's tummy, I asked her, "What's it like inside your tummy where baby lives? Does it look like where I live?"

Mommy said that Baby was floating on water inside her womb. Could there be a swimming pool in Mommy's tummy? Could there be a river filled with fishes, squids, and shrimps? Is it like an aquarium with goldfish inside?

"Think of the *balut*,* my child. You and Daddy love sipping the juice of the *balut*. It's that kind of juice where you find the baby floating. But instead of a chick inside, there's our little baby. And instead of the eggshell, there's my womb where the baby safely stays," Mommy explained.

---

* *balut* — duck's egg with developing chick and then boiled

Minsang kumakain ako ng *ice cream*, tinanong ko si Mommy, "Ano po ba ang kinakain ni Baby?"

May *factory* kaya ng gatas at tsokolate sa loob ng tiyan ni Mommy? Mahilig kaya ang baby sa kahel, mansanas, kamatsile, at *indian mango*? Paano napupunta kay Baby ang pagkain?

"Jenny, sa loob ng aking sinapupunan ay meron akong inunan. Parang unan na pabilog na higaan ni Baby. Pero hindi ito higaan lang. Dito pumupunta ang lahat ng sustansyang kinakain ko. Dito sila naiimbak."

"E, paano po nakakapunta kay Baby ang pagkain?"

One time I was eating my favorite ice cream.
Then I asked my mom, "*What in the world does the baby eat?*"
  Could there be a factory of milk and chocolate inside Mommy's
tummy? Does the baby like to eat oranges, apples, *camachile*, and
indian mangoes? How does the food get to the baby?

  "Jenny, I have a bag inside my womb
called the placenta. It's like a round
pillow where the baby can lie
down. But it's not just a
simple pillow. All the good
food called nutrients, that
I take in, go to this bag
where they are stored."

  "But how does the food
get to the baby?"

"Sa pamamagitan ng kanyang pusod. Alam mo anak, isang mahabang-mahabang tubo ang pusod. Ito ang nagdudugtong sa inunan ng mga mommy sa katawan ng mga baby. Yung sustansya ni Mommy na nakaimbak sa inunan ay tatawid sa pusod para makapunta kay Baby. Hindi pa kasi sa bibig dumadaan ang pagkain ni Baby habang nasa loob pa siya ng aking tiyan. Sa pusod muna."

"Ay, ganu'n po ba 'yun?"

"Oo, Jenny, kaya pag ipinanganak na ang baby, pinuputol na ang pusod. Kasi yung sustansya na kailangan niya, manggagaling na sa ipapakain natin sa kanya. Hindi na sa inunan."

"Sa bibig na po kakain si Baby?"

"Oo, hindi na sa pusod."

"Mommy, malapit na po bang lumabas si Baby?"

"Oo anak, pitong buwan na si Baby. Dalawang buwan na lang at lalabas na siya. At pag lumabas siya, ipapakita ko sa iyo ang kanyang pusod."

Kinapa ko ang aking pusod. Akala ko, dekorasyon lang ito sa tiyan ko. Akala ko, ang pusod ay para malaman ko kung hanggang saan isusuot ang *shorts* ko. Yun pala, doon pinadaan ni Mommy ang pagkain ko noong nasa loob pa ako ng kanyang tiyan!

"Through the umbilical cord. This cord is a long tube attached at one end to the placenta of the mother, and at the other end to the tummy of the baby. The air and food that the baby needs come from the mother's blood that passes through the umbilical cord. The baby doesn't eat through its mouth while it's still in my womb. Baby gets his supply of food through the umbilical cord."

"Really?"

"Yes, Jenny. And when the baby is born, the doctor cuts the umbilical cord. The food for the baby will no longer come from the placenta but from what we're going to give him."

"And the baby gets to eat through his mouth?"

"Of course. It wouldn't be through the umbilical cord anymore."

"Mommy, will I see our baby soon?"

"Yes, of course. Baby is now seven months old. We just have to wait for two more months. When he is born, I'll show you his navel from which his umbilical cord was cut."

I touched my own navel. I thought before that it was only a decoration on my tummy. I thought that the navel was there so that I would know how high I would wear my shorts. I never thought that Mommy fed me through my navel when I was still in her tummy.

Isang araw, habang namimili kami sa *supermarket* nina Mommy at Daddy, nakakita ako ng isang *baby* sa *stroller*.

Kinalabit ko agad si Mommy. "Babae po ba o lalake ang magiging kapatid ko?"

"Bakit, ano ba ang gusto mo? *Baby brother* o *baby sister*?"

"*Baby brother* po. E, paano po ba nagiging *boy* o *girl* ang *baby* sa loob ng tiyan?

Si Daddy ang sumagot.

"Alam mo, Jenny, kaming mga daddy ang dahilan kung magiging babae o lalaki ang sanggol na ipapanganak."

"K-Kayo po?!"

"Oo, anak. Ganito kasi 'yon. Ang itlog na galing sa Mommy mo ay may taglay na dalawang *sex genes* — isang *X gene* at isa pang *X gene*. Ang *sperm cell* naman ni Daddy ay nagtataglay rin ng dalawang *sex genes* — isang *X gene* at isang *Y gene*. Kahit anong gawin ng Mommy mo, *X gene* lang ang manggagaling sa kanya. Kapag ang ibinigay ko sa Mommy mo ay *X gene* din, magsasama ang dalawang *X genes*, magiging XX ang mga ito, at ito ay magiging sanggol na babae. Kapag ang ibinigay ko naman sa kanya ay *Y gene*, magsasama ang dalawang magkaibang *genes*, magiging *XY* ang mga ito, na ang resulta ay isang sanggol na lalaki."

"Kung gano'n, ako po pala Daddy ay pinagsamang XX."

"Tama!"

"E, Daddy, sana po ay pinag-samang XY ang baby sa loob ng tiyan ni Mommy. Para lalake."

"Sana nga, Jenny. Pero ang Diyos pa rin ang pumipili kung magiging lalaki o babae ang baby. Siya ang gumagawa ng tamang kumbinasyon para sa bawat pamilya."

One day, while I was with Mommy and Daddy in a supermarket, I saw a baby in a stroller.

I asked Mommy, "Will I have a baby brother or baby sister?"

"Why, Jenny? What would you like to have? A baby brother or a baby sister?"

"I want a baby brother. But how does the baby become a boy or a girl?" I asked. It was Daddy who answered.

"You know Jenny, we Daddies play a big part in the making of a baby boy or a baby girl."

"Y-You?!"

"That's right. This is how it happens. The egg that comes from your Mommy contains two sex genes — one X gene and another X gene. On the other hand, Daddy's sperm cell contains two sex genes — one X gene and one Y gene. You see, your Mom has no choice but to give out an X gene. If the sex gene that comes from me is also an X gene, the two X genes will join to come out with an XX combination, which becomes a baby girl. Now, what happens when I give out a Y gene? Your Mommy's X gene and my Y gene will produce a combination of XY that becomes a baby boy."

"So Daddy, that means I'm a combination of XX."

"You're right!"

"But Daddy, I wish for an XY combination for the baby in Mommy's tummy."

"How I wish for it, too, Jenny. But it's still God who decides whether it's a girl or boy. God makes the perfect combination for each family."

Tuwang-tuwa ako sa aking bagong natutuhan. Ganu'n lang pala 'yun, XX ang *girl*, XY ang *boy*. Kaya nang hapong 'yon niyaya ko sa plasa si Jojo. Bawat batang makita namin ay tinatawag naming XX o XY. Takang-taka ang mga batang dumadaan sa harap namin kung ano ang aming pinagbubulungan.

I was so happy with what I've learned. So that's how it is — XX for the girl, XY for the boy. That afternoon, I went to the plaza with Jojo. Each child that we saw, we called either XX or XY. The other kids who saw us must be wondering what Jojo and I were talking about.

26

Lumipas pa ang maraming mga araw. Malaking-malaki na ang tiyan ni Mommy. Tingin ko nga, parang puputok. Naku, malapit ko nang makita ang kapatid ko! Kabuwanan na raw niya, sabi ni Mommy.

Isang araw, nagulat kami ni Daddy nang sabihin ni Mommy na masakit na masakit na ang kanyang tiyan.

"Jenny, heto na yata ang araw na hinihintay mo. Lalabas na si Baby!"

Dinala agad ni Daddy sa ospital si Mommy. Siyempre, kasama ako!

Pero dinala si Mommy sa ibang kuwarto. Naiwan kami ni Daddy sa isa pang kuwarto habang hinihintay ang paglabas ng baby. Hindi mapakali si Daddy! Lakad dito, lakad doon. Upo rito, higa roon.

"Daddy, nahihilo na ako sa inyo!"

"Kumusta kaya ang mommy mo sa loob ng *Delivery Room*? Baka nahihirapan siyang umire, a."

Many, many days had passed. Mommy's tummy had grown so big that sometimes I wondered if it was going to burst. Oh, I would be seeing our baby soon! Mommy said she would give birth any time soon.

One day, Daddy and I were startled when Mommy told us that her tummy was aching terribly. "Jenny, this is the day that you've been waiting for. Baby is coming out!"

Daddy brought Mommy to the hospital quickly. With me, of course!

In the hospital, Mommy was placed in another room. Daddy and I were left in one room waiting for Baby to be born. Daddy was so restless! He would walk forward and backward. He would sit, and then lie down, and then rise up again.

"Daddy, you're making me dizzy!"

"I'm worried about your Mommy in the Delivery Room. She might be having a hard time pushing the baby out."

Nakatulog ako sa kakahintay. Ginising na lamang ako ni Daddy. "Jenny, anak, may baby *brother* ka na!"

Nagmamadali naming pinuntahan ang *Nursery*. At doon ko nakita na nakahiga si Baby sa isang maliit na kuna. Kasama ang iba pang baby. Balot na balot siya ng lampin. Para ngang magkakamukha ang lahat ng baby sa *Nursery*.

"Daddy, hindi kaya magkakapalit-palit ang mga baby? Magkakamukha kasi sila!"

"Hindi, Jenny. Dahil lahat ng mga babies sa *Nursery* ay may *name tag* para hindi sila magkapalit-palit."

"Naku, Daddy, ang *cute* ng *baby brother* ko!"

"Anak, huwag mong kalilimutan ang pangako mo ha? Tutulungan mo si Mommy at Daddy na alagaan ang kapatid mo."

I fell asleep while waiting. Later, Daddy woke me up. "Jenny, you now have a baby brother!"

We rushed to a room where the newborn babies were placed. Daddy said it s the Nursery. There we found our baby lying down in a small bed. It was wrapped in white cloth. There were many other small beds in the room. All he babies looked the same!

"Daddy, are you sure our baby won't get mixed up with another baby? All he babies here look the same!"

"Don't worry, Jenny. Our baby has a name tag around his wrist to make sure he would not be replaced with another baby. Other babies have name tags too."

"Oh Daddy, my baby brother is so cute!"

"Don't forget your promise — that you'll help Daddy and Mommy take care of our baby."

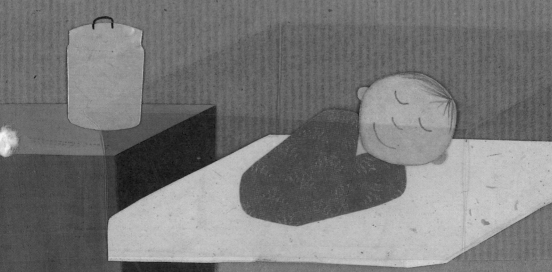

Tuwang-tuwa akong makita ang baby na galing sa loob ng tiyan ni Mommy. Sa wakas, mayroon na akong *baby brother*! Inilapit ko ang mukha ko sa mukha niya at inamoy ko ang kanyang napakabangong hininga.

"Wow, Ate Jenny na pala ako!"

I was so happy to see the baby from Mommy's tummy. At last, I have a baby brother! I moved my face closer to Baby's face and smelled his fresh little breath. Then I thought . . .

"Oh wow, I'm now Ate Jenny!"